जीवनाची सहल

D1651960

मिरवी (रवींद्र माने)

Copyright © Miravi (Ravindra Mane)
All Rights Reserved.

This book has been self-published with all reasonable efforts taken to make the material error-free by the author. No part of this book shall be used, reproduced in any manner whatsoever without written permission from the author, except in the case of brief quotations embodied in critical articles and reviews.

The Author of this book is solely responsible and liable for its content including but not limited to the views, representations, descriptions, statements, information, opinions and references ["Content"]. The Content of this book shall not constitute or be construed or deemed to reflect the opinion or expression of the Publisher or Editor. Neither the Publisher nor Editor endorse or approve the Content of this book or guarantee the reliability, accuracy or completeness of the Content published herein and do not make any representations or warranties of any kind, express or implied, including but not limited to the implied warranties of merchantability, fitness for a particular purpose. The Publisher and Editor shall not be liable whatsoever for any errors, omissions, whether such errors or omissions result from negligence, accident, or any other cause or claims for loss or damages of any kind, including without limitation, indirect or consequential loss or damage arising out of use, inability to use, or about the reliability, accuracy or sufficiency of the information contained in this book.

Made with ♥ on the Notion Press Platform
www.notionpress.com

"आई वडिलांच्या आणि गुरूंच्या चरणी अर्पण"

अनुक्रमणिका

ऋणनिर्देश, पावती	ix
नांदी, प्रस्तावना	xi
1. ओंकार, साकार	1
2. जीवनाची सहल	2
3. बरेच आहे	3
4. तू	4
5. मी पाहीली गझल	5
6. आठवणींचा पसारा	6
7. रिकामा प्याला	7
8. अंतरी तेवता दिवा	8
9. बाजाराचे नियम	9
10. देखता हा विठ्ठलू	10
11. प्रकार	11
12. गाडी सुटता सुटेना	12
13. हरिचा रंग सावळा	13
14. वीजांचा प्याला	14
15. बिंधास्त	15
16. झरा	16
17. सांगून जा	17
18. नशीब माझे	18
19. क्षण	19
20. राहून गेले	20
21. मी	21
22. तुझी आठवण आली	22

• v •

अनुक्रमणिका

23. माणसे अशी पाहीली मी	23
24. शरण	24
25. तेव्हा	25
26. विठ्ठल	26
27. नको सये	27
28. वाट तुझी पाहतो आहे	28
29. प्रश्न आहेत किती	29
30. श्रावणसर	30
31. जा	31
32. सये सांगना	32
33. तुझी याद आहे	33
34. काय ते	34
35. हृद्य माझे धडधडावे	35
36. तु आणि मी	36
37. तूच आहे	37
38. आयुष्य माझे	38
39. तु नसता मी नसे	39
40. ते मित्र झाले	40
41. वेड	41
42. तुला पाहताना	42
43. तुझी आठवण येते	43
44. अवघड प्रश्न	44
45. घाव	45
46. विषाचे कडवे प्याले	46

अनुक्रमणिका

47. पांढरा रंग	47
48. सांग ना	48
49. नियम	49
50. किती राहीले	50
51. शहाणा	51
52. माणसे	52
53. स्वभाव	53
54. सारे	54
55. तुझे न माझे	55
56. स्वामी माझे	56
57. मुक्ति	57
58. नको नको ते	58
59. नको	59
60. मराठी	60
61. कारण	61
62. क्षण	62
63. वाट पाहतो	63
64. नाटक कारतो	64
65. मुखवटा	65
66. देव	66
67. सुखाचे उखाणे	67
68. साजने वाट तुझी पाहतो	68
69. संक्रात	69
70. जरासा	70

अनुक्रमणिका

71. पुस्तके	71
72. स्पर्श तुझा होता	72
73. देवा मला दुःखी ठेव	73
74. वाटत	74
75. ना राहिले भान	75
76. मन	76
77. सत्य	77
78. बुद्ध पाहीला आहे	78
79. कवणांची गुंफन	79
80. माणसांना बदलताना पाहीले	80
81. भीती	81
82. बुध्दाचा विचार	82
83. नकोच आता	83
84. कधी तुला कळेल का?	84
85. वेळ भेटण्याची	85
86. नका येऊ शिवराय	86
87. घाटावरची माणसं	87
88. काही सांगायचंय तुला	88
89. कलाकार	89
90. पान तुमच्यासाठी	90
पुढील प्रकाशन- जाणीव - कथासंग्रह	93
पुढील प्रकाशन- जाणीव - कथासंग्रह	95
पुढील प्रकाशन- जाणीव - कथासंग्रह	97

ऋणनिर्देश, पावती

"जीवनाच्या ऊन पावसाच्या प्रवासाला सहल बनवणाऱ्या माझ्या सौ. मनीषा, भाऊ- बहीण, परिवार, नातेवाईक, शुभचिंतक, मित्रांनां साभार. "

नांदी, प्रस्तावना

प्रिय काव्यरसिकजण,

भावनांची आवर्तने कथा बनून आपल्या मनात साठवल्या जातात.

त्या नेहमी आपल्या मनात सुरक्षित असतात. अशाच या कथा कधी कवितांच्या माध्यमातून पानांवर उतरतात.

रोजच्या घाई गडबडीत नकळत या कविता मनावर रेंगाळतात आणि रोजचा प्रवास एक सहल होऊन जाते.

असाच भाव भावनांच्या सहलीचा अनुभव या काव्यसंग्रहाच्या माध्यमातून नक्की घ्या.

तसेच जीवनाच्या सहलीत तुम्हाला सोबत करणाऱ्या तुमच्या प्रियजनांस, मित्र, नातेवाईक आणि सहकाऱ्यांस, 'जीवनाची सहल' हा काव्यसंग्रह भेट द्या.

तुम्हाला तुमचे विचार, भावना, शुभेच्छा संदेश व्यक्त करता यावे, यासाठी काही कोरी पाने देण्यात अली आहेत, ज्यावर लिहलेला शुभेच्छा संदेश तुमच्या प्रियजनांस नक्कीच सुखावेल.

"एक रंग रंगुया, एक होऊ गझल,
एक साथ चालूया, जीवनाची सहल"

तसेच या कवितांबद्दलचे तुमचे अभिप्राय जरूर कळवा.

तुमचा - मिरवी (रवींद्र माने)

भ्रमणध्वनी क्रमांक - ७७३८७८९९२९

ई-मेल संपर्क- ravindra.mane1985@yahoo.com

1. ओंकार, साकार

ओंकार, साकार की म्हणून निराकार,
दूर कर देवा आता हा अंधकार,
तांडव हे ठाकले, आता तुझ्या द्वारी,
तूच आता तारी, देऊनी आधार,
जीवन हे तुझे, हे तुझेच रे मरण,
दे अंत किंवा दे जीवना आकार,
तुजविण आता कोण देईल शरण,
देऊनी शरण, कर रे उद्धार,
आकाश हे फाटले, दानव हे दाटले,
सारे सत्य संपले, माजला हाहाकार,
आरंभ हा जीवनाचा, नाश का जाहला,
बुडाले का पुण्य, सुटला का सदाचार,
शपथ तुला तुझी, तुझ्या देवत्वाची,
तूच शक्ती, तूच भक्ती, जीवना आधार,
नयन हे आतुरले, तुला पाहण्या सौख्यदात्या,
आनंद दे जीवनी, संपवून अनाचार,
आकार घेईल आयुष्य, तुझाच रूपाने,
सुखकर्त्या, दुखहर्त्या, किती हे उपकार,
आशा एक ही मनी, या पृथ्वीजनी,
कोणी नाही दुसरे, तूच किमयागार,
ओंकार, साकार की म्हणून निराकार,
दूर कर देवा, आता हा अंधकार.
     - मिरवी (रवींद्र माने)

2. जीवनाची सहल

एक रंग रंगुया, एक होऊ गझल,
एक साथ चालूया, जीवनाची सहल
एक हो ध्यास,
जो, मना लागला,
एक हो श्वास,
तो, अंतरी दाटला,
सूर ऐक ते जरा, होण्याआधी विरल, एक साथ चालूया.............
मनी दाटे असे,
आठवांचे ठसे,
क्षणातही मग,
जीवन हे दिसे,
आश्चर्य ते कुठे? जरा वाटे नवल, एक साथ चालूया.............
एक दीप होऊनी,
उजळू रात ही,
एक मैफिलीतली,
बनू बात ती,
विषय तो नको, हा करुया बदल, एक साथ चालूया.............
एक तो मनी,
असा भाव घे,
एक शब्द तो,
माझे नाव घे,
कसली चिंता, कसली चलबिचल, एक साथ चालूया.............
एक रंग रंगुया, एक होऊ गझल, एक साथ चालूया, जीवनाची सहल
- मिरवी (रवींद्र माने)

3. बरेच आहे

आहे जे बरेच आहे, नाही ते बरेच आहे,
गले ते बरेच होते, जाणारे बरेच आहे,
काही खरेच नाही,
असे ही बरेच आहे,
आहे खरेच जे ते, तसेही बरेच आहे,
बरेच आहे हे पुरेसे,
नसता पुरेच आहे,
हवेत हवे असलेले, नकोसे बरेच आहे,
आयुष्य चार पानी,
लिहणे उरेच येथे,
नको ते लिहलेले, जर का बरेच आहे,
जन्माच्या नियोजनाने,
वेळ सरेच सारी,
कोण जगतो प्रश्न ? यासारखे बरेच आहे,
आहे कित्येक सारे,
मिरवनारेच भारी,
करताच अशी तयारी, मिरवी बरेच आहे,
आहे जे बरेच आहे, नाही ते बरेच आहे.
- मिरवी (रवींद्र माने)

4. तू

अशी दूर राहतेस तू, कसे भान पाळतेस तू,
तू पेटवून वणवा उरी, मनाला जाळतेस तू,
मी उधळतो होऊन बेभान क्षणोक्षणी,
तू स्वतः ला किती सांभाळतेस तू,
मी पुस्तके लिहली, सारी तुझ्याचसाठी,
कोणते पानं कधी, सांग, चाळतेस तू,
मी जगतो तुला, घेऊन सभोवती,
पणं स्वप्नही कुठे माझे, माळतेस तू,
मी किती हाका, तुला दिल्या, का कळेना,
तुला फार कळते ना, म्हणून टाळतेस तू,
मी जे वाटते, ते बोलून रोज जातो,
पुन्हा विषय बदलून, किती घोळतेस तू,
मी कुणीचं जर नाही, तर नको ना सताऊ,
मीही नाही बोलणार आता, कुठे बोलतेस तू,
तुझ्या सुगंधाने, मी धुंद होतो,
तुचं सांग का मग गंधाळतेस तू,
सत्यात मी तुझ्या वेडात, वेडा झालो,
स्वप्नात तरी केव्हां सांग भाळतेस तू...??
- मिरवी (रवींद्र माने)

5. मी पाहीली गझल

अंधार होता दिवा बनताना, मी पाहीली गझल,
संपले कागद तरी लिहायची, राहीली गझल...
हे नाही सोपे जखमेवर जुण्या, पुन्हा वार होणे,
त्या वेदनेने अश्रु न ढळले, ती वाहीली गजल...
किती मिळकत तुझी आजवर, विचारता मज,
तुझे नाव घेतले आणि एक ती गायली गजल...
नका विचारू प्रश्न, जेव्हा मी, जरासा अबोल होतो,
मी ऐकत असतो तेव्हा, काय ती बोलली गझल...
जेव्हा मदिरेची नशा न चढली, मुळीच रात्रभर,
त्या प्याल्यात, दोन घोटभर, मिसळली गझल...
या वाटेवर, सोडून एकाकी, सगेसोयरे जाताना,
हात घट्ट धरून, माझ्या सोबती, चालली गझल...
   - मिरवी (रवींद्र माने)

6. आठवणींचा पसारा

आठवणींचा पसारा काढून
आज मी बसलो आहे,
आवरू कसा स्वतः ला,
जरा अडकूनी बसलो आहे,
तुझ्या पत्रातील,
शब्दांचा गंध, असा दरवळे,
त्या गंधाने, मोहीत होऊन,
गंधाळूनी बसलो आहे,
तुझ्या प्रतिमा कित्येक
मुद्रित ह्रदय पटलावर,
त्या सौंदर्या, पाहत एकटक,
भाळूनी बसलो आहे,
मला जगाचे, नको वाटते,
खोटे बोलवणे आता,
तुझ्याविनाच्या साऱ्या जगाला,
टाळूनी बसलो आहे .
- मिरवी (रवींद्र माने)

7. रिकामा प्याला

आता मी कुणासंगे
अन् स्वतः संगे असत नाही,
असाही सलतो जगाला
की आधीसा सलत नाही,
मैफिली ज्या उजाळल्या,
माझ्या गझलांनी,
ती मैफिल असत नाही,
तो जलसा असत नाही,
तु शोधसी स्वप्नी पुन्हा पुन्हा,
मला असे का?
मी माझ्याच अस्थित्वाला
पुरेसा दिसत नाही,
सोडले तु मला, समजून घेणे,
जसे आजकाल,
मी देखील बघ,
पहिल्या जसा रूसत नाही,
हक्काने भेटणारे,
ते पुराने दोस्त, सुटले कधीचे,
राहतो तो रिकामा
प्याला तसा भरत नाही...
- मिरवी (रवींद्र माने)

८. अंतरी तेवता दिवा

अंतरी तेवता दिवा मंद हवा,
नशेत शिवाच्या, जीव धुंद हवा,
जीवनही हसत राहील तेव्हा,
आधी तुला एक तरी छंद हवा,
श्वास मोजके आहेत सर्वांसाठी,
पण घेतो श्वास तो सबंध हवा,
किती नियमाने जगतो आपण,
नियम पाळण्यास, निर्बंध हवा,
मी उत्तरे, त्यांना दिलीच नाहीत,
जरा काही त्यासाठी संबंध हवा,
ह्रदयीची बदलेलं का बनावट,
एकसंध असा, जरासंध हवा.
- मिरवी (रवींद्र माने)

9. बाजाराचे नियम

बाजाराचे नियम सारे,
होय, अजूनही जमले नाही,
मी फुलांचा भाव न केला
आणि काटे विकले नाही,
जरा राहता इमाने तर,
असे दुश्मन कित्येक झाले,
मोजदात ठेवली कुठे मग,
बरेच होते, सगळे नाही,
सुर्य माळवत नसतो कधीही,
हे कुठे कळते यांना,
तेथे ते उजळले तेव्हा,
इथे तुम्हांला कळले नाही,
चोरांशी न केली सलगी,
पाठीतच मग वार झाले,
पाठीच मग ठेवले त्यांना,
वार झेलणे टाळले नाही,
एक शेवटी मर्म समजले,
कर इमाने कर्म समजले,
क्रोधाने तापने झाले कधी,
पण द्वेषाने जळणे नाही
    - मिरवी (रवींद्र माने)

10. देखता हा विठ्ठलू

देखता हा विठ्ठलू,
जोडलेची हात,
ओवळिला
जीव दिवा,
मानोनी घेजी।
दर्शनही
व्हावे,
रवी शांत
मावळती,
काय
असावी आणिक,
सांग देवाक काळजी।
- मिरवी (रवींद्र माने)

11. प्रकार

फासावरी मज देण्या, माळला फूलांचा हार होता,
तो नव्हता जल्लाद कोणी, तो माझाच यार होता,
ओशाळली सांज होती,
गेला जेव्हा सूर्य अस्ताला,
दिवसभर त्याने जगाचा, सर्व पाहीला बाजार होता,
मातीतल्या मातेने देऊ केले
मोल कर्णास जेव्हा,
तो अवतारी पुतळा कळाले, किती लाचार होता,
आज बोलणार नाही,
असे मी, बोललोच जेव्हा,
का बोलता मज आले, मग हा आला विचार होता,
पाहीले मी जे बंदीवान,
ते देशद्रोही खरे का?
देशभक्त कालचा तो, आज झाला फरार होता,
का पाय खेचणे, हा आहे
शाप या मातीचा कळेना,
सिद्ध करायचा हा क्षण नाही, तो पुन्हा येणार होता,
जोडण्यास ज्याला
मी तुटणे माझे विसरलो होतो,
तो माझेचं तुकडे विखरण्यास, झाला तयार होता,
काल वाटले जेव्हा
इतकीच हवी समज तुझी जीवना,
आज तू आणला, आणखी तो नवखा प्रकार होता
- मिरवी (रवींद्र माने)

12. गाडी सुटता सुटेना

गाडी सुटता सुटेना, वाट भेटता भेटेना,
तिला पाहताना तेव्हा, डोळे मिटता मिटेना,
विरह हा काटेरी, करी वार गहिरा
दोन जिवांमध्ये का, साऱ्या जगाचा पहारा
मन धावते धावते, काही शोधते - शोधते
जरी चाहूल लागते, पण सापडता सापडेना
गाडी सुटण्याआधी, तिचे येण्याचे वचनं,
मी अधूरा इथे , तिला पाहण्या बेचैन,
ती इथेच असेल, मला शोधत बसेल,
गाडी सुटली कशी, का थांबवता थांबेना,
कशाला आणाभाका, कशाला या शपता,
मुक्तपणाचे बंधन, फक्त ठेवलयं आता,
मनामध्ये राहू दे, दूर दूर जाऊ दे,
विसरेनं म्हणू कसे, याद सरता सरेना..
- मिरवी (रवींद्र माने)
(ध्रुवपद श्रेय- श्री शेखर जाधव)

13. हरिचा रंग सावळा

हरिचा रंग सावळा....सावळा,
भुलवी, माझ्या कसा हा मनाला,
मी न जना ती देवा भोळी,
मुखी विठ्ठनाम, वाजवी टाळी,
मी नाही नामा हट्टी,
तुझी माझी सांग, कसली रे गट्टी,
तुझ्या भेटीसी का जीव, आतुरला...
किती छळने, किती ही परीक्षा,
तरी भेटीची, मनी आहे आशा,
देवा , मज जमते ना भक्ति,
मी न मीरा, मी ना मुक्ती,
वेड तुला पाहण्याचे, जरी न कळला...
इतकाले दान, द्यावे देवा,
तुझा विसर न व्हावा,
या जगाची भावे ना रीत,
मनी असुदे तुझी रे प्रीत,
जीव भाव तुझ्या, रंगी रंगला...
- मिरवी (रवींद्र माने)

14. वीजांचा प्याला

(हिसाब की तू बात ना कर, हिसाब तो लगता नहीं,
बेहिशोब हे जीवन तर मग हवी कशाला खाते वही)
पीने दें मुझे ऐ साक़ि, भर दें मेरा एक और प्याला,
दिवस लहान पण रात्र मोठी, चालू आहे हा हिवाळा,
उसकी शिकायत कैसे करूँ, हर कहानी है अलग,
फसवले त्याने मला, त्याआधी तो माझा मित्र झाला,
नंगे पैरां रास्तों पे चलना, बात जोखिम की थी मगर
पायातच ठेवला त्याला, ओळखीचा तो काटा निघाला,
अभी जान बाक़ि है मुझमें, तो तैयारी किस बात की,
नंतर पूरा मला हवे तर, किंवा खुशाल मला जाळा,
तुम अंधेरे के खौफ़ में न रहो, जब पीते रहो इसे,
मी जो आज भरला, आहे तो 'वीजांचा प्याला'
- मिरवी (रवींद्र माने)

15. बिंधास्त

जगायच ठरव तु, जरा बिंधास्त
किमती नको, पण अगदी रास्त
आपणच आपल्याशी जिंकायचं
कालच्या स्वतः ला, करायचं परास्त
अडचणी येतील, तुला सतरा
चिडशील तू , कधी होशील घाबरा
थांब क्षणभर, श्वास घे, निवांत जरा
प्रॉब्लेमस् पेक्षा, तुला टेंशन जास्त
तुला तर माहितीच, तुझे काय उणे
आणि कळतं पण नाही वळत म्हणे
अवघड झालय, तुला साधे हसणे
दुनिया नाही रिकामी, करायला त्रस्त
उदासीन होतो, होतोस उदास
का मदत करावी तुला, 'नसता त्रास'
आळस झटक, हा तुझाच प्रवास
एन्जॉय लाइफ आहे फिल्मी मस्त
- मिरवी (रवींद्र माने)

16. झरा

कारण माहित नाही, तो तर फक्त एक झरा होता
पण वाटायचं, इतर सगळ्यांपेक्षा तो खरा होता
त्याला नव्हती काळजी,
रस्ता चुकायची
आणि भीती, कोसळण्याची
उंच डोंगरावरून
कोसळायचा तो जेव्हा,
थेंबांचे हात सुटायचे
पण याची थेंबांनी तक्रार नाही केली
उलट तेही फेसाळायचे,
जणू खळखळून हसतायत,
तो असा का होता........?
कारण माहित नाही, तो तर फक्त एक झरा होता
पण वाटायचं इतर सगळ्यांपेक्षा तो खरा होता
- मिरवी (रवींद्र माने)

17. सांगून जा

किती चुकतो मी, माझे मला सांगून जा,
येणार नाहीस, हे येऊन, सांगून जा...
मी करतो आर्जवे हा आहे गुन्हा तर,
कोणती सजा असावी हे ठरवून जा...
थांबली आहे, वेळ, तारीख तु जाताना,
ते पान महिण्याचे जरा बदलून जा...
ते तुझ्या गंधाचे श्वास आता झाले फिके,
सांगती उः श्वास हे श्वास गंधाळून जा...
जरी भरतील डोळ्यांच्या आपल्या कडा,
नजराभेट पण ओझरती टाळून जा...
    - मिरवी (रवींद्र माने)

18. नशीब माझे

काय म्हणू आता तुला मी,
असे ठरले नशीब माझे,
तू गेलीस जाते म्हणूनी
आणि हरले नशीब माझे,
आरशातला तो हसतो माझ्यावर,
असले कसले नशीब माझे,
मृगजळ आहे म्हणालो जगाला
आणि फसले नशीब माझे,
टाळ्यांचा कडकडाट जखमेवर,
पण नाही रडले नशीब माझे,
जगेण म्हणालो तुझ्यविणा मी,
नको म्हणाले नशीब माझे,
जीव जाऊन मरते का कोणी,
जगणे उरले नशीब माझे,
जाब विचारीन भेटेल तेव्हां,
कुठे लपले नशीब माझे,
वेडा का म्हणतात मला
मग वेडे उरले नशीब माझे,
हसण्याचा वायादाच होता,
तुला न कळले नशीब माझे.

- मिरवी (रवींद्र माने)

19. क्षण

क्षण, सुखाचे जूनाट फाटके अन् कुरतडलेले,
पण दुःखाचे नित्य नवे आकाशा दडलेले,
अंधार, वाटतो आज उजळ का?
उजेड आहे करूप काळा,
आहे ते टाळणे, नाही जे, तेच पाहणे,
कळते कुणातरी कुठे, काय, आहे बिनसलेले...
कधी भावना, होऊन वेडसर,
देती दवबिंदू, तप्त माथ्यावर,
कधी फूलवते, हास्य ओठीचे, कधी स्वतः वर,
सुटती अवघड कोडी पण सोपे चुकलेले...
- मिरवी (रवींद्र माने)

20. राहून गेले

मरणाच्या क्षणभर आधीच कळलं,
जगायचंही राहून गेले,
कामाच्या व्यापात अडकून गेलो,
हसायचंही राहून गेले,
किती स्वप्न होती, विरुन गेली सगळी,
गरजांच्या कचाट्यात सापडून,
झोपायचंही राहून गेले,
आजचा दिवस उद्या नाही, माहीत होतं,
उद्याच्या काळजीत, आजचं काम,
उरकायकाचंही राहून गेले,
धमाल करायची होती, कमाल मित्रांबरोबर,
थोडे दिवस, महीने, वर्ष करत करत,
भेटायचंही राहून गेले,
कितीही कमवा, अपेक्षांचा शाप काही सुटेना
महीन्याचे बजेट जमावताना आयुष्याचं बजेट,
जमवायचंही राहून गेले,
पुढच्या वेळेस नक्की भेटू, पुढच्या वेळी हेचं,
काहींना बोलवायचं तर काहींकडे,
जायचंही राहून गेले,
असं भेटनं कुठं होत आपलं, चला बोलू निवांत,
बोलन्यासाठी आपलं,
बसायचंही राहून गलं
- मिरवी (रवींद्र माने)

21. मी

मी तेवणारा नंदादीप,
तळपणारा सूर्य आहे
मी सुदाम्याचे कारुण्य
आणि कंसाचे कौर्य आहे
सिंहासम महाराणा मी,
मी धूर्त चाणक्य मोर्य आहे
मजमधे गती पवन पुत्रासम,
रामासम स्थैर्य आहे
योद्धा वीर अभिमन्यू मी,
कर्णासम औदार्य आहे
मी शबरीच्या कुटेची पायरी,
रघूवंशी मी आर्य आहे
मी झोळी फाटकी याचकाची,
मी कुबरी ऐश्वर्य आहे
गुरूभक्त एकलव्य मी,
गुरूवर्य द्रोणाचार्य आहे
- मिरवी (रवींद्र माने)

22. तुझी आठवण आली

मी न रडलो दुनियाभरच्या दुःखाने,
हसता हसता डोळे पाणावले ,
.... तुझी आठवण आली
किती धावलो घडाळ्याच्या काट्यांवरती,
धावता धावता जरा विसावलो,
.... तुझी आठवण आली
कोणते ते ठिकाण आठव जिथे भेटलो ,
किती वेळ मी मग तिथे थांबलो,
.... तुझी आठवण आली
मला सांगना असे कारण काय ते,
रोज रोज आरशात पाहता का ,
.... तुझी आठवण आली
सप्तरंग नभी तरी मी शांतच होतो ,
चांद चांदण्यात पण मन गहीवरले,
.... तुझी आठवण आली
- मिरवी (रवींद्र माने)

23. माणसे अशी पाहीली मी

माणसे अशी पाहीली मी, मग माणसे टाळली मी,
रचले सरण आठवांचे, अन् ती चिता जाळली मी,
वाहून जेव्हा संसार माझा
पूरामधे जात होता,
मिळकत माझी पुस्तके,
ती सारी सांभाळली मी,
करू वाटली शब्दांच्या
दुनियेची जेव्हा मुशाफिरी,
तु लिहलेल्या पत्रांची,
चार पाने चाळली मी,
होय, त्यांचे जुने नियम,
सारेच मी मोडीत होतो,
त्यांची नविन कोणती सूचना
ती तरी पाळली मी,
अश्रु असतात किमती
असे एकदा म्हणाली ती,
कधी जपूनी, कधी लपूनी,
आसवे मग ढाळली मी,
ती अत्तराची कुपी होती,
तो फूलांचा गुच्छ होता,
आज जी डसली मला,
नाती काल कुरवाळली मी
- मिरवी (रवींद्र माने)

24. शरण

मिथ्या आहे अभिमान,
हेची सत्य एक जाण,
किती गेले ते प्रमाण,
सोड त्याला !
नको मी पणाची राखण,
जग कणाचाही कणं,
एका कणाहून महान,
कणं झाला ?
असे अचाट हे मन,
वनाव्याचे कारण,
जाता गुरूसी शरण,
लघूपणा संपला !!!
- मिरवी (रवींद्र माने)

25. तेव्हा

नियम या जगाचे असे मी पाळलेच तेव्हा,
तुला पाहताना हरवणे मी टाळलेच तेव्हा,
किती हसरा होतो मी मैफीलीत सारया,
जरी होते लपूनी अश्रू, मी ढाळलेच तेव्हा,
मी शोधला घराचा प्रत्येक कोपरा कितीदा,
ते पान कोणते हरवले, तू मला चाळलेच तेव्हा,
ती गोष्ट ऐकताना मावळतीच्या रवीची,
चांदणे गालावरून तुझ्या, ओघळलेच तेव्हा,
तुझ्या आठवांचे जेव्हा निर्माल्य साठलेले,
शब्दांचे रचून सरण हृद्‌यी मी जाळलेच तेव्हा
- मिरवी (रवींद्र माने)

26. विठ्ठल

नाही पंढरीशी जाणे ; नाही केली कधी वारी
माझी कर्मभूमी हिच ; माझी रोजची पंढरी
माझा फोल्डर, माझे टारगेट ; पीपीटी नी ट्रेनींग
फुले रिपोर्टस् ची घेउन ; रोज रंगते मीटींग
मन मोकळे कराया ; जेव्हा येतात मॅनेजर
त्यांच्या डोळ्यातलं पाणी ; माझं चंद्रभागा तीर
त्यांची शंका निवारुन ; देतो दान आनंदाचे
काही वेगळे आहे का ; पुण्य देव दर्शनाचे
कौशल्यदानाचे हे व्रत ; हीच माझी एकादशी
माझ्या संघाचं यश ; माझे प्रयाग नी काशी
जेव्हा येतात सहकारी ; सुख-दु:ख वाटायला
त्यांच्या रुपाने विठ्ठल ; रोज येतो भेटायला
           - मिरवी (रवींद्र माने)

27. नको सये

नको सये काही नाव या नात्याला,
नको म्हणू यास पण खोटे मृगजळ,
नको अग्निपरीक्षा यास सत्याची,
नको समर्पणाची पळपळ,
नको उगीचचे नियम सामाजिक,
नको बंधने बांधीलकीची,
नको ठरवून सगळेच बोलणे,
नकोच ती विरहाची तळमळ,
बोल हासून तु निखळ हवे ते,
का हवी त्यास नात्याची गुंफन,
मी असे जर श्याम सावळा,
बावरी आहे तु राधा प्रेमळ ....
- मिरवी (रवींद्र माने)

28. वाट तुझी पाहतो आहे

पाण्यावरची अक्षरे वाचतो आहे,
मी आजही वाट तुझी पाहतो आहे,
किती सांझ मावळल्या,
किती रात्री, उजळल्या सये,
दररोज विझतो, रोज तेवतो आहे,
मी आजही वाट तुझी पाहतो आहे..
जगाने किती समजावले मला,
नसण्याने तुझ्या असे सतावले मला,
मी त्या जगाला आता टाळतो आहे,
मी आजही वाट तुझी पाहतो आहे..
मैफीलीत असता नेहमी मी हसतो ,
पाणवलेल्या डोळ्यांनी कुठेच नसतो,
तु दिलेली शपथ, बघ पाळतो आहे,
मी आजही वाट तुझी पाहतो आहे..
- मिरवी (रवींद्र माने)

29. प्रश्न आहेत किती

प्रश्न आहेत किती, विचारू कशाला मी,
पुन्हा तेच झेंडे त्यांचे, उभारू कशाला मी,
नियम मोडण्याचा नव्हता विचार तसाही,
पाळण्याचे मग अधिकार मागू कशाला मी,
जे मनात जाळत होते भावनेची ती चिता,
तयांच्या बेगडी, स्मिताला भाळू कशाला मी,
उधळला आजवर कैफात रंग जीवनाचा,
दोन दिवस शेवटीचे सांभाळू कशाला मी,
चेहरे केव्हा दिसतात सारेच आवडीचे,
माझेच प्रतिबिंब ते टाळू कशाला मी,
असू देत जगाचा चुकीचा समज निरंतर,
सत्याच्या स्पर्शाने उगा विटाळू कशाला मी,
रात्र अंधारली होती तरीही होतो तेवलेला,
आता पहाट झाली, झोपू कशाला मी,
हे वरदान लाभले मज, पंखांचे भरारी घेण्या,
शर्यतीत श्वापदांच्या धावू कशाला मी
    - मिरवी (रवींद्र माने)

30. श्रावणसर

क्षणात ओसर, क्षणात झरझर
फसवते, भिजवते ही श्रावणसर
कळेना ऋतूंची ही उजळणी की,
सोबतीचा झाला हा असर......
झुळझुळ पाणी, जणू गात गाणी
कुणामागे तरी धावते म्हणूणी
अडवून त्याला ठेऊ पाहती,
दगड, धोंडे, काचळ, कंकर......
किती मुक्त अन् किती विरक्ती
पाण्याचे छान ना नसेच सक्ति
चहा कटींग गरमागरम कधी,
मिसळून थोडी म्हणा चिअर......
हिरवी झाडे, हिरवे पान
हिरव्या वेली, हिरवे रान
रंगवले सारे चित्र सृष्टीचे,
उन्ह, पाऊस, झरा, डोंगर......
- मिरवी (रवींद्र माने)

31. जा

सणासुदीला तरी माहेरी निघून जा,
फक्त चार दिवस,जा, भले रुसून जा...
ते कपडे ही तसे, ती भांडी ही तशीच,
कपडे असू देत पण भांडी घासून जा...
मी तसेच ठेवले पावलांच्या तुझ्या ठसे,
घर ते झाडून जा, लादी ती पुसून जा...
कोणत्या डब्यात फराळ सांग एकदा,
कुठे असते साखर-मीठ सांगून जा...
तुला कधी न जमला चहा असाही,
मी जसा बनवेन, फक्त समजून जा...
हवे असेल्यास सहा दिवस राहून घे,
माझ्यातर्फे भाच्यांना मिठाई घेऊन जा...
तु शिकवलेले सारे लक्षात आहे मला,
मॅगीचे पुडे डब्यात जरूर ठेऊन जा...
हे चार दिवस तरी असे जगावे वाटते,
करेन मॅनेज मी तु आँटो पकडून जा...
- मिरवी (रवींद्र माने)

32. सये सांगना

सये सांगना,
तुला आजही धडधडते का, नजर आपली भिडताना ?
सये सांगना, वळूनी तू पाहतेस का,
ओढणी वाऱ्यावर उडताना ?
सये सांगना, ओठ होतात का पाकळी,
गुलाबी फुललेली,
सये सांगना, सांज गंधाळते का
जखम जुनी सललेली,
सये सांगना, गुनगुनते का तू गीत माझे,
गर्दीत एकटेपण असताना?
सये सांगना, कधी उदास, कधी शहारणे,
जुनेच वागणे, आठवून वेडे,
सये सांगना, मला न कळले, तुला तरी
सुटले का हे अवघड कोडे,
सये सांगना, या कोड्यात गुंतण्याची
धडपड तु ही करते का सुटताना ?
सये सांगना,
तुला आजही धडधडते का नजर आपली भिडताना ?
- मिरवी (रवींद्र माने)

33. तुझी याद आहे

काटा रुतला तरी बाग फुलली सुंदर,
याची दाद आहे
पण फुलं सुंदर आहे की कळ्या होत्या,
याचाच वाद आहे
एका क्षणाहून मोठा कुठे क्षण, मोठा आजवर झाला
माझ्यासाठी न थांबला पहिला,
दुसऱ्याची फर्याद आहे
कुठे समुद्रही सांगू शकला, त्याच्याही येरझाऱ्या
उसळून लाट पुन्हा पुन्हा,
तो ही बरबाद आहे
प्रश्न का विचारू नसण्याचे, सोबत माझ्या मनाला
त्यालाही मनमानी,
करण्याच नाद आहे
अंगार घेऊन ओंझळीत चालणे, अवघड आहे
पण त्याहून चटका लावणारी,
तुझी याद आहे
- मिरवी (रवींद्र माने)

34. काय ते

ती होता
श्रावणीय,
मग शब्द काय ते ?
मी बोलू
उगा का ?
पाहता, स्तब्ध काय ते !
नदी, फूले,
चंद्र-चांदणी,
आहेत जुण्या उपमा,
अलंकारही
भाषेचे,
व्हावे समृद्ध काय ते !
- मिरवी (रवींद्र माने

35. हृद्य माझे धडधडावे

तुला घेऊन मिठीत
जग मी विसरावे
तुझ्या केसांचे पांघरुन
मजवरी असावे
तुझा उःस्वास मी
भरुन घ्यावा उरी
तुझ्या हृदयाच्या संगे
हृद्य माझे धडधडावे
- मिरवी (रवींद्र माने)

36. तु आणि मी

'तु अन मी'
बाकी काहीचं नाही खरे
असतो, नसतो,
हसतो, रुसतो,
ठिकच काही नाही बरे,
तु आणि मी,
बाकी काहीचं नाही खरे
असेच काही जरा वेगळे,
नविन काही जगा आगळे,
असे भासते दिवसा तारे,
तु आणि मी,
बाकी काहीचं नाही खरे
सोड कालचा उदास रस्ता,
कशाला उगीच त्या नसत्या खस्ता,
तु नसता जग कुठे उरे,
तु आणि मी ,
बाकी काहीचं नाही खरे...
- मिरवी (रवींद्र माने)

37. तूच आहे

तूच आहे पत्ता माझा
तूच माझा परीचय
तूच माझी कमाई
तूच माझा संचय
तूच आहे अस्तित्व माझे
तूच स्वप्न सोनरी आहे
तूच जिवनाचे गाणे
तूच सूर, ताल, लय
- मिरवी (रवींद्र माने)

38. आयुष्य माझे

तू व्यापले असे सदा सर्वदा, आयुष्य माझे,
असे उजळले तुझ्यासवे हे आयुष्य माझे,
तुझे तुचं ठरवं आता कसे असावे जगणे,
आता तुझे हे, तुला असु दे, आयुष्य माझे,
निरखून पाहना तु जरासे डोळ्यात माझ्या,
तुझी चमकी, तुझे डुल अन् आयुष्य माझे,
तसा जरा वेंधळट मी, आहे मान्य मलाही
पसाऱ्यासंगे तु सावरले असे आयुष्य माझे,
रागावून रुसू नको तु, भांडशील जरा का,
तु रूसली की उदास होते आयुष्य माझे,
जरी तक्रारी असतील तरीही जरा हासना,
तुझ्या हसण्याने बघ हसते आयुष्य माझे,
- मिरवी (रवींद्र माने)

39. तु नसता मी नसे

तु नसता मी नसे,
नाते सांग असे कसे,
गुंतता वाटते सुटावे,
सुटता हवे ते गुंतने असे...
ओठांची कळी, उमलते जेव्हां
मन माझे वेडे होते तेव्हा
नको हवे होते हे वेडेपण,
सांग का झाले मन वेडेपिसे...
मी हरवून बसलो अशी जादू तुझी,
झालो कृष्ण मी, होशील राधा माझी,
मला न दिसते जगात काही,
जागोजागी तुच दिसे...
मला वाटते हर क्षण सोबत,
तुझ्यासवे जीवनास रंगत,
कधी हट्ट जो तुझाचं करतो,
प्रेम असे ते, राग नसे...
- मिरवी (रवींद्र माने)

40. ते मित्र झाले

ते मित्र झाले आणि मला फसवून गेले,
दुः ख इतके झाले की जरा हसवून गेले,
शाळेत का नियम वेगळा होता कळेना,
परीक्षा घेऊन जीवन, धडे शिकवून गेले,
केव्हा कुठे मी टाळले हल्ले वादळांचे,
जरासे केस माझे, होय, विखरुन गेले,
आवडल्या या छटा म्हटंले नुकतेचं त्यांना,
वेळ सरली जेव्हा, खरा रंग दाखवून गेले,
मार्गात सत्याच्या जेव्हा अपघात झाले,
खोटे बोलून ते प्रवास हा विटाळून गेले,
किती खोलवर पुराव्या आठवणी कळेना,
सांजवेळ होता पुन्हा सर्व उसळून गेले
- मिरवी (रवींद्र माने)

41. वेड

थांबावे क्षणांनी
जेव्हा पापणी
तुझी लवावी,
डोळयात मग
तुझ्या प्रिये
जग माझे दिसावे,
तुला पाहण्याच्या
गुन्ह्याची सजा
अशी असावी,
तुलाच पाहण्याचे
वेड मजला
आयुष्यभर जडावे
- मिरवी (रवींद्र माने)

42. तुला पाहताना

तुला पाहताना, भान विसरून जावे,
तुला पाहताना, मन हरवून जावे,
तुला पाहताना, सर बरसून यावी,
तुला पाहताना, वीज चमकून जावी,
तुला पाहताना, वेलींनी झुलावे,
तुला पाहताना, कळ्यांनी फूलावे,
तुला पाहताना कंठ दाटून यावा
तुला पाहताना क्षण गोठून जावा
तुला पाहताना, मी रंग व्हावे,
तुला पाहताना, उधळून जावे,
तुला पाहणे, ही गुन्हेगारी ठरावी,
तुला पाहण्याची, सजा मग मिळावी ...
तुला पाहताना, शब्द ही मिळेना
तुला पाहताना, काही ही कळेना
तुला पाहताना, मला मी दिसावे
तुला पाहताना, मग मी पण नसावे
तुला पाहताना, मी झरा होतो
तुला पाहताना, कोसळून जातो
तुला पाहताना निःशब्द भावना
तुला पाहताना काही कळेना.
- मिरवी (रवींद्र माने)

43. तुझी आठवण येते

तुझी आठवण येते
श्वास गहरा घेताना .
तुझी आठवण येते
आरशात स्वतः ला पाहताना
तुझी आठवण येते
मी घास जेंव्हा खातो
तुझी आठवण येते
पाणी घोटभर पिताना
तुझी आठवण येते
रोज झोपताना
तुझी आठवण येते
जागेपनी पापणी लवताना
तुझी आठवण येते
- मिरवी (रवींद्र माने)

44. अवघड प्रश्न

वितळताना असा तेजाळलो आहे,
गढुळताना तेव्हां निवळलो आहे,
मी कधी न पाळले नियम जगाचे,
सर्रास हमखास उधळलो आहे,
बंधारे बांधले त्यांनी किनारी माझ्या,
तेव्हा मीही उंचच उसळलो आहे,
कसे आठवात तुझ्या, चेहरा माझा,
मीच नाव ही माझे विसरलो आहे,
सुधरणार नाही, हा विश्वास तुझा ,
मी मग ठरवून बिघडलो आहे,
किती अवघड मी, प्रश्न तुझ्यासाठी,
मी कुठे 'मिरवी'स समजलो आहे..

- मिरवी (रवींद्र माने)

45. घाव

वेगळे ते शब्द होते, वेगळा तो स्वभाव होता,
सोडला होता तेव्हा, वेगळा तो गाव होता,
पाहीले न माणसांचे बाजार असे आजवर,
माणूसकीचा जिथे असा पडला भाव होता,
हात उंचावता मी, तेही रामराम म्हणाले,
शब्दांत त्यांच्या का राम जेमतेम नाव होता
सुखावलो खुशाली त्यांनी विचारली तेव्हा ,
न कळले मला तो एक राजकीय डाव होता,
मी म्हणालो घेऊ का? कुठे भेटतात या उपाधी,
कोणी इथे सेठ होता, कोणी तिथे राव होता,
अजूनही भेटताना असते आनंदाची बाब ही,
ओळखीचे चेहरे होते, अनोळखी तो घाव होता.
- मिरवी (रवींद्र माने)

46. विषाचे कडवे प्याले

विषाचे कडवे प्याले तेव्हाही हसत संपवले मी,
पाठीत लपवून खंजिर त्यांचे, त्यांना वाचवले मी,
मी न चाललो कधीही घेऊन पताका त्यांच्या मागे,
वाटेवर अडथळ्यांचे, त्यांचे आहेर सांभाळले मी,
त्यांने रचले मजला चितेवर जिवंत असतानाही,
त्यांना ना दिली तसदी तेव्हा चितेस जाळले मी,
किती असते जीवन फूलपाखरांचे नाही हे जरुरी,
यातने नंतरचे भिरभिरणे, फक्त हेच पाहीले मी,
त्यांनी चित्रांमधे हजारो, रंग न भरले कधीही,
मज चित्र न जमले तेव्हा, रंग शब्दांचे उधळले मी,
मला नकोच होते वरदान कोणते माझ्यासाठी ,
त्यांच्या करीता कितीदा देवा, तुला हात जोडले मी
- मिरवी (रवींद्र माने)

47. पांढरा रंग

पांढरा रंग तयार करता येत नाही,
मित्र आहेत काही पण भेटता येत नाही,
समज असे गैर होत जातात,
गैर होउन, समजणारे राहतात,
शब्दांना सर्व भावना सांगता येत नाही,
जिवंत असणे जगणे, तर जगतोचं ना आपणं,
किती काम म्हणतो, असं काय करतो आपणं,
बदलावं वाटतं सगळं पण बदलता येत नाही,
सगळे रंग हळू हळू उतरतातचं,
जवळचे दुरचे कधीतरी कळतातचं,
सर्वच गोष्टींची किंमत लावता येत नाही,
पांढरा रंग तयार करता येत नाही,
मित्र आहेत काही पण भेटता येत नाही
- मिरवी (रवींद्र माने)

48. सांग ना

सांग ना होईल हे खरे ....
तुझ्या बरोबर तुझ्याच नजरेने जगाला पाहावे,
तुझ्याबद्दलचे स्वप्न वास्तवात जगावे,
सांग ना होईल हे खरे ....
चिऊ-काऊ चा आपला संसार असावा,
वेळी फुलांप्रमाणे बहरावा,
सांग ना होईल हे खरे ....
झऱ्यासारखं तुझ्या प्रेमात वाहत जावे,
अन अडखळली मी तर तू सावरावे,
सांग ना होईल हे खरे ....
आपल्या भांडणात मी रुसावे,
तू समजून घेऊन, मला समजवावे,
सांग ना होईल हे खरे ....
तू जवळ येता स्तब्ध व्हावे मी,
जग विसरुनी तुझ्यातच विलीन व्हावे मी,
सांग ना होईल हे खरे ....
तू सोबत आयुष्यभर सोबती असावे,
तुझ्या वाचून जगणे क्षणभर नसावे,
सांग ना होईल हे खरे ....
- MiRa

49. नियम

नियम नवे रोज येती, किती ते नियम पाळले,
मी न समजू शकलो, तरीही ते नियम पाळले...
असावी ओळख भांडण्यास नाही गरजेचे आता,
प्रांजळ मत समाज माध्यमी पुरे जरका मांडले...
बातम्यांत अंवातर विषय तेच ते असले तरी,
बदलास बोलाणारे आता नवे पोपट पाळले...
अशी कुजली तरूणाई कशी, प्रश्न पडे 'मिरवी',
घोषणा देत गाडी फोडली आणि दुकान जाळले...
आता निसर्ग झाला माणसांसारखा कदाचित ,
वेळवर पडण्याचे पावसाने यंदा ही टाळले...
हा कसा जगतो दुरुन सगळे म्हणती विशेष,
कधी उफाळले शेत त्याचे, कधी पीक वाळले...
रोजच मोहोळ उठती, नवनव्या आश्वासनांचे ,
नंतर कळे झाड जुणे, बांडगूळांनी नवाळले...
कधीतरी आठवा काय झाला होता विचार तेव्हां,
कुठे विरले विकासाचे फुगे तुम्हीं जे फेसाळले...
आहे फूटीचा शाप या देशा, पोसतो पाहूणे तरी,
आरसा दाखवताचं त्यांना, 'मित्रानों' चवताळले...
- मिरवी (रवींद्र माने)

50. किती राहीले

किती राहीले माझे, आता जगायचे,
किती आठवणींने, सांगा झुरायचे,
किती पाहीले तुला स्वप्नी उमलताना,
किती भ्रमर होऊन कैदेत रहायचे,
मी कुठे मागितल्या कधीही समिधा,
भेटीच्या ओढीने फक्त होते जळायचे,
रोजचेच आहे, होय, उसवणे मनाचे,
तरीही पुन्हा - पुन्हा असते विनायचे,
अश्रू आपापले, आपापल्या डोळी,
तु तुझे, मी माझे, एकांती ढाळायचे,
मी गुन्हाचं करतो, तु बरोबर बोलते,
मला कुठे आता, हे नियम कळायचे,
मी नाही करत हठ्ठ उगाचं पाहण्याचा,
डोळ्यात तुझ्या स्वतःला आहे बघायचे..
- मिरवी (रवींद्र माने)

51. शहाणा

होय आहे तोचं जुनाचं मी,
नकार तुझा तो पुन्हाचं मी,
रोज भेटती मज नवे चेहरे,
तरी मंच एकटा सुनाचं मी,
असे पाहता नियम पाळतो,
तु पाहता करतो गुन्हाचं मी,
जीवन माझे वाळवंट जरी,
वाटतो शब्दांचा पान्हांच मी,
का उगीच नशिबास दोष द्यावे,
भासते या जन्मी कान्हांच मी,
नवीन काही तुला काय सांगू,
तुझे वेड जगतो असा शहाणा मी
- मिरवी (रवींद्र माने)

52. माणसे

माणसांची माणुसकी अशी भेगाळली,
माणसाने माणसे कुठे तशी सांभाळली.
आपल्याला हवेत प्रश्न काही पडायला,
आता जनावरे ही पुरेशी माणसाळली.
माणसांना वेगळा शब्द हवा शोधायला,
योग्य शब्दास शब्दसंग्रहे किती चाळली.
मी शोधतो आहे जो गाव सोडून आलो,
शहरी हरवलो मी, सत्यता जरी टाळली.
आता कुठे मारवा तो घुमतो घुंगराचा,
आता कुठे रातराणी बांधावर गंधाळली.
उसवता जाता हा कोपरा आठवणींचा,
काही माणसे जरा जितीशी रेंगाळली.
         - मिरवी (रवींद्र माने)

53. स्वभाव

नका विचारू कारण असा स्वभाव आसण्याचे,
आता लगेच कळते, सारा बनाव आसण्याचे,
मी सोडले ते जेव्हा, ते गाव, गा व होते,
आता सोडले त्याने ही ते गाव आसण्याचे,
हातात घेतले जेव्हा गुलाब, मी ठेऊनी तलवारी,
त्यांना तसे वाटले जिंकण्यास वाव आसण्याचे,
दुष्काळाची सवय इतकी झाली शेतकऱ्यांना,
फायद्याचे ठरले नुसकानीचा सराव आसण्याचे,
नको उगाच विषय तो पुन्हा राजकारणाचा,
सारेचं सोंग घेती, अगदी साव आसण्याचे,
कळले नाही काय होते तेव्हा त्याचे कारण,
माणूस वेगळा तो पण वेगळे डाव आसण्याचे
   - मिरवी (रवींद्र माने)

54. सारे

होत राहीलें असे रितींचे बनाव सारे,
कुठे हरवलें ते आठवणींचे गाव सारे,
मी न बधलो, त्यांना याचे नवल वाटते,
कित्येक वेळा त्यांनी रचले डाव सारे,
अताशी कुठे जरा हसू हे ओठी आले,
पुन्हा नव्याने वाहू लागलेत घाव सारे,
किती बंधने राजासही असतात पहा ना,
सिंहासन सोडण्यास अडवती प्रभाव सारे,
कसा वेगळा प्रश्न रोज तुझा जीवना,
कामी न येती काल झालेले सराव सारे,
जरा थांबून अजून बघू या काय घडते,
कसे बदलते शब्द, स्तिथी अन् भाव सारे,
कुठे ठरवून सारे घडते, घडण्याआधी,
त्यांना आठवण करुन द्या, माझे नाव सारे..
       - मिरवी (रवींद्र माने)

55. तुझे न माझे

असणे तुझे न माझे,
दिसणे तुझे न माझे,
किती तसे ते छळते,
नसणे तुझे न माझे...
नको शब्द त्या वेळी,
पाहणे तुझे न माझे,
ऐकमेकांना किनारे,
वाहणे तुझे न माझे...
अशा आठवणीत,
गुंगणे तुझे न माझे,
सप्तरंगी प्रेमाच्या,
रंगणे तुझे न माझे...
- मिरवी (रवींद्र माने)

56. स्वामी माझे

सहज करती अवघाची संसार,
गुरुविन कोण वाहील हा भार,
जीवना आधार.
स्वामी माझे
भिती असावी, का उगीच मनाला,
कृष्ण तसा स्वामी, सारथी रथाला,
सदा सोबतीला,
स्वामी माझे,
आता नाही चिंता, चित्ती वसे शांती,
समर्थ होती समर्थां सोबती,
समर्थास कळती,
स्वामी माझे
मिरवी पामर, केले धन्य कवणीं,
नामांची फूले, नामाची ओवाळणी,
ठेवी ध्यानी,
स्वामी माझे
- मिरवी (रवींद्र माने)

57. मुक्ति

आसावांना आता थांबवायला हवे,
दु:खाच्या हुंदक्यांना आवरायला हवे,
शरीर हे नश्वर, तयाचे नकोच रडणे,
आठवणींचे शिंपले वेचायला हवे,
नसणे आता, हे कडवट सत्य आहे,
बहीणीत 'आई'स पाहायला हवे,
कुठे बदलू शकलो, आपण हे प्रारब्ध,
आहोत ऐकमेकांसाठी सांगायला हवे,
विचार करावा त्या वेदनेच्या वेदनेचा,
बंधणाहून 'मुक्ति'स समजायला हवे,
सोबतीची वचने, निभवायची निर्धाराने,
आता पुन्हा आपणं सावरायला हवे,
झटकावे लागेल हे दु:खाचे सावट,
विसराव लागेल, लक्षात ठेवायला हवं ...
- मिरवी (रवींद्र माने)

58. नको नको ते

काय चालले आता हे इथे, नको नको ते,
तिथेचं बिघडत गेले, जेथे, नको नको ते,
काय करेल सरकार, आहे माहीत सर्वांना,
फसवण्यास का उगा वायदे, नको नको ते,
आता नको कोणते, आंदोलन, करु समाजा,
भिती वाटते, नंतर असे होते , नको नको ते,
कित्येक वेळा ना राज होता इथला माणूस,
त्यावर तो पुन्हा फक्त बोलतो, नको नको ते,
सत्तेची पोळी भाजण्यास सगळेच टपलेले,
सरपण असते धर्म, जात अन् नको नको ते,
एकदाचं म्हणाता तो तुमचा विकास कोठे?
तेव्हा देशद्राही आणि ठरवले नको नको ते,
भिती न तुमची काय करु पण टीका टिप्पणी,
आठवतात मग ईडी-बिडी मग नको नको ते.
- मिरवी (रवींद्र माने)

59. नको

मला हे ही नको, मला ते ही नको,
तुझ्या विना मला आता काही नको,
कोणती वाट तुझ्या हृदयी पोहचते,
डोळ्यात पाहू दे, नकाशा ही नको,
अंतरंगी सुर घुमत, राहू दे तुझे,
'समे' वर पोहचण्यास घाई नको,
असू दे ही नशा, धुंद होऊ जरा,
पाज अधराने तु, सुराही नको,
अबोल्यानेच हे बोलणे राहू दे,
शब्दांचे आलाप जराही नको,
राहू दे मला आठवणींत तुझ्या,
बदल्यात जरी दिशा दाही नको,
घे समजूनी जे बोलली गझल,
मला ह्या जगाची वाहवाही नको
      - मिरवी (रवींद्र माने)

60. मराठी

अन्
व्हावे सुखावह
स्मरणीय आठवण,
अंतर मनी जी,
संभाळूनी ठेवावी.......
आणिक सर्वदा,
एक सांगे सर्वजण,
मराठी बोलावी,मराठी लेवावी,
मराठीही जगावी.......
मराठी सार्वभौमं,
कर्त्यव्य आणि कर्म,
हा वैष्णवांचा धर्म,
अमृताचि पैजाही, जिंकावी.......
हाच होवो एक अट्टाहास,
मह्या राष्ट्राचा सुहास,
दरवळे शब्द, गंध, सुर, रंग,
दुनियेत, गावोगावी.......
- मिरवी (रवींद्र माने)

61. कारण

तणावास कारण,
नाव
आळसासं कारण,
अचावं
राखेच कारण,
दाव
बनावाचं कारण,
हाव
निभावाचं कारण,
प्रभाव
अभावाचं कारण,
स्वभाव
- मिरवी (रवींद्र माने)

62. क्षण

जगावयाचे मज क्षण चार होते,
मिळाले तेही असे उधार होते,
बांधल्या कुठे होत्या,
गाठी मनापासून तू,
सुटण्यास तरीही, माझे नकार होते
फसले इथे कोण,
सावकार की कर्जदार सांगना,
झालेच कुठे, काही, व्यवहार होते,
जीव कसा जाईल फुलांनी,
तू बरोबर,
विसरलीस ते काटे, किती धारदार होते,
तुझी सल दाखवलीस तू,
वाहणारी पण,
माझ्या शब्दास ठरले, तेव्हा बहिष्कार होते,
जगावयाचे मज क्षण चार होते,
मिळाले तेही असे उधार होते....
- मिरवी (रवींद्र माने)

63. वाट पाहतो

मरण ही येत नाही, जीवन संपण्याची वाट पाहतो,
वादळ ही येत नाही, उडून जाण्याची वाट पाहतो,
जगणे निरर्थक, दिशाहीन झाले,
जे काही होते, तेही आता गेले,
कोंदटणारा श्वास, थांबण्याची वाट पाहतो,
राकट अभिमानी, जीवन जगले,
कमान झाली, आता सिद्धांत ही झुकले,
झुकणे सारे संपले, आता मोडण्याची वाट पाहतो,
सारी स्वप्न चमकली काजव्यांगत,
सारे असतील वाटले आपल्यागत,
झिडकारले नेहमी, धुडकावण्याची वाट पाहतो,
कमावले किती कुणा करिता,
हाच एक सवाल पडतो आता,
वाटले सारे साऱ्यांना लुटण्याची वाट पाहतो,
डोळ्यांनी या सारे जीवन पाहिले,
न जाणे किती अश्रू यांनी वाहिले,
दुधाळ डोळ्यांच्या पापण्या मिटण्याची वाट पाहतो,
मरणही येत नाही, जीवन संपण्याची वाट पाहतो,
वादळी येत नाही, उडून जाण्याची वाट पाहतो
- मिरवी (रवींद्र माने)

64. नाटक कारतो

रडणेही आता अशक्य झालय, हसण्याचे नाटक करतो,
लपणही आता महाग झालाय, दिसण्याचे नाटक करतो,
स्वप्नांना पुरतीच अंगारखा,
कधी मिळालाच नाही सखा,
मग जो भेटेल त्याच्यासोबत,
मैत्रीचे नाटक करतो,
हरलो जेंव्हा जीवनाचा डाव,
पण विचारतील काय नाव,
म्हणून सर्वांच्या बरोबरीने,
खेळण्याचे नाटक करतो,
विस्तारलेल्या समुद्रात वाटायचे,
आपणही या लाटांशी खेळायचे,
माझ्या वाटणीच्या लाटाच नाहीत,
वाट पाहण्याचे नाटक करतो,
येणार दिवस तसाच जातो,
श्वास असाच चालत राहतो,
जीवन संपले सारे तरीही,
मी जगण्याचे नाटक कारतो.
- मिरवी (रवींद्र माने)

65. मुखवटा

मुखवटा घालून फिरत असतो जो तो,
तसाच मी ही घालून फिरतो मुखवटा,
पण या मुखवट्यात श्वास कोंडून जातो,
कोंडतो का तुमचा ही श्वास ?
तरीही असते का आस,
की होईल या मुखवट्याला एखादा छेद
आणि भंगून पडेल मुखवटा,
मग श्वास कोंडणार नाही,
नाही डोळ्यातले पाणी डोळ्यातच सुखणार,
तेही वाहतील अविरत,
कोणी पुसणार नाही की थांबवणार नाही,
किती मोकळं वाटेल त्यावेळी !
पण तोपर्यंत घालावाच लागेल मुखवटा,
पण या मुखवट्यात श्वास कोंडून जातो,
कोंडतो का तुमचा ही श्वास ?
- मिरवी (रवींद्र माने)

66. देव

देव सगळे म्हणतात म्हणून देवासारखाच वागतोय,
म्हणालो एकदा 'तथास्तु' अजून कर्ज फेडतोय,
माझ्या मंदिरावर त्यांचं नावं,
कोण तू म्हणत हाकलतील,
म्हणून नंदीजवळच थांबतोय,
देव सगळे म्हणतात म्हणून देवासारखाच वागतोय.....
देव सगळे म्हणतात म्हणून पोलीस झालो,
चोराला नाही पकडलं जरी शेजारी बसलो,
चोरांच्याच बंगल्याबाहेरच उभा,
आणि त्यांनाच सलाम ठोकतोय,
देव सगळे म्हणतात म्हणून देवासारखाच वागतोय.....
बनून मंत्रालयाचा अधिकारी,
साहेब म्हणतात तीच गोष्ट खरी,
फायली होत्याच कुठे जाळायला,
तरीही आग लावतोय,
देव सगळे म्हणतात म्हणून देवासारखाच वागतोय.....
देव सगळे म्हणतात म्हणून देवासारखाच वागतोय,
म्हणालो एकदा 'तथास्तु' अजून कर्ज फेडतोय,
- मिरवी (रवींद्र माने)

67. सुखाचे उखाणे

सुखाचे उखाणे कधी सुचलेच नाही,
दुःखाचीच कोडी मी सोडवत गेलो,
मी स्वतः ला उगीचच दौडवीत गेलो,
रंगाचाही रंग, बेरंग झाहला,
अंधारात चन्द्र काहुनी बुडाला,
स्वप्नातील नावेलाही बुडवीत गेलो,
धुराटले आकाश, धुराटली नजर,
श्वास नाही श्वासांमध्ये, रक्ताळले सूर,
हातानेच पाठीला मी बडवीत गेलो,
पाघळल्या दिशा साऱ्या, पाघळली आशा,
कोणी नाही सावराया, संपला तमाशा,
जन्माच्या या संसाराला तुडवीत गेलो,
सारे रथी, महारथी, मीच एक भोळा,
एका भाकरीसाठी, करतो गाव गोळा,
कधी भाकरी मिळे कधी भुकेला रडवीत गेलो,
मी स्वतःला उगीचच दौडवीत गेलो....
   - मिरवी (रवींद्र माने)

68. साजने वाट तुझी पाहतो

साजने दूर जरी असतो, साजने वाट तुझी पाहतो,
का हा दुरावा,
का हा अबोला,
अपराध माझा,
असा काय झाला,
साजने माझा मी नसतो,
तुज विन,
एक क्षण,
जखमा अन
चणचण,
साजने सांगू कसा जगतो,
तू ध्यानी,
तूच मनी ग
नक्षत्राची,
तू चांदणी ग,
साजने चांद मी झुरतो
साजने दूर जरी असतो, साजने वाट तुझी पाहतो....
- मिरवी (रवींद्र माने)

69. संक्रात

गुलाबी थंडी, हवीहवीशी,
नाती जुळती, नवी नवीशी
'गारवा' गाणे कुडकुडत गुणगुणने,
फुटल्या होठांचे हलकेच हसणे,
हात चोळणे खांदे उंचावून,
थंडी लागणे स्वेटर घालून,
एकच कपात, चहा दोघांनी पिणे,
खूप थंडी आहे, पुन्हा पुन्हा सांगणे,
पतंग उडवण्यासाठीचे ते धडपडणे,
पतंगा सोबतची उंचच स्वप्ने,
कधी रुसणे, कधी रागावणे,
बोलण्यासाठी पुन्हा कारण शोधणे,
गोड बोलूया एकमेकांना सांगायचे,
तिळगुळ वाटत, घेत, फिरायचे,
या वर्षीच्या गारव्यात एकदा,
देईन वाचन अन कारेन वादा,
देवाला ही प्रार्थना करेन,
हवे तुला ते सारे सारे मागेन.
- मिरवी (रवींद्र माने)

70. जरासा

विसरणे, कसे सांगू किती अवघड आहे,
ओळखही माझी तुझे नाव सांगतो मी जरासा,
कोणती नशा अशी झाली की झिंग उतरतच नाही,
कालच्या रात्री मित्रांसोबत बसलो मी जरासा,
कुठे आधीपासूनच जमले थोडे काटकसरीने जगणे,
स्वस्त गोष्टीसाठीच तरीही खर्चलो मी जरासा,
कोण काय म्हणते, मला काय त्याचे,
भुललो होतो मग ठरवूनच उधळलो मी जरासा,
अपराधी मीच आहे पुन्हा पुन्हा का सांगणे,
शिक्षाही सांग ऐकेन, हा ही फैसला मी जरासा.
- मिरवी (रवींद्र माने)

71. पुस्तके

किती किती ही पुस्तके,
माणसे जीती ही पुस्तके,
बोलतात ही मनमोकळे,
अन ऐकती ही पुस्तके,
अंधार अज्ञाना दूर करती,
सदा तेवती ही पुस्तके,
श्रीमंत, नृप, ऋषी, दैवी,
'मिरवी' तो ती ही पुस्तके
 - मिरवी (रवींद्र माने)

72. स्पर्श तुझा होता

स्पर्श तुझा होता अंगावरी येतो शहारा,
स्पर्श तुझा होता, येतो नवा उबारा,
गीत ओठी नवे, नवे साज वाजू लागती,
मला आहे ठाऊक यास म्हणती प्रीती,
प्रीती हे देत असे नवा इशारा ....
निसर्ग या क्षणी, गातो नवीन गाणी,
आपणही नाचू गाऊ, धुंद होऊनी,
या गीतात साजणी तुझा पुकारा ....
वाऱ्याच्या लहर, अशी धुंद करते,
संगे प्रिये जेंव्हा तुझा गंध घेऊन येते,
तुझ्या रंगी रंगला आसमंत सारा ....
स्पर्श तुझा होता अंगावरी येतो शहारा ....
- मिरवी (रवींद्र माने)

73. देवा मला दुःखी ठेव

देवा मला दुः खी ठेव, देवा मला दुः खी ठेव,
जेणे पडो ना विसर, तुझिया नामाचा ...
जर सुख लागलं माझ्या मागं,
जाळील अहंकाराची मज आग,
जाईन विसरून तुझं नाव, देवा मला दुःखी ठेव ...
वाटे विसरावं, तुजविण सारं,
मग काय जीत, काय हार,
तुझा खेळ सारा, तुझाच रे डावं, देवा मला दुःखी ठेव ...
जिथे असे आराम, खोटा पैसा,
भक्त तुझा तिथे, मिळे कैसा,
धन तुझ्या नामाचं फक्त मिळावं, देवा मला दुःखी ठेव ...
करा देवा एवढे भक्तासाठी,
नामाविन काही नको गाठी,
तुझ्या नामात जगावं, मरावं, देवा मला दुःखी ठेव ...
जेणे पडो ना विसर, तुझिया नामाचा ...
- मिरवी (रवींद्र माने)

74. वाटत

गप्पच राहावंसं वाटत तुझ्याजवळ बसल्यावर,
वाटत तू सगळं ओळखाव, मी गालात हसल्यावर,
तू बोलत रहावं आणि मी ऐकत रहावं,
स्वर्ग सुख काय, ते पृथ्वीवर पहावं,
पण तू दूर जात आहे, असं जेव्हा उमजलं,
मनात वाटू लागत सार काही गमावलं,
नजर तुला शोधात असते जेंव्हा तू दिसत नाही,
तुला पाहिल्यावर, पाहण्याची हिम्मत होत नाही,
अवघड की सोपं कळत नाही,
शोध तुझा डोळ्यांना सुटत नाही,
गप्पाची जुळतात सूर,
तरी मनी लागते हूरहूर
पण सार सार असत तू जवळी असल्यावर,
मग काहीच नको असते तू सोबत नसल्यावर
- MiRa

75. ना राहिले भान

ना राहिले भान, डोळे थोडे पाणावले,
विरहानंतर जेंव्हा तू अवचित मला पहिले,
वेळ असेल तर भेटून जा,
मनातला पसारा यावरून जा,
या क्षणी जगापासून आहोत वेगळे
नदी किनारी असूनही तरी तहानलेले
जीवनात तुझी अनेक नाती असू देत,
पण ह्रदयात तुझ्या माझी एक जागा असू देत
- MiRa

76. मन

सोपं आहे तुझ्यासाठी
मला पाहून पाठ फिरवणं,
खूप अवघड आहे मला
पण तुझ्या वाचून सावरणं,
जाताना मागे वळून
बघ कान्हा एकदा,
तुझ्यावाचून एकटी पडली
आहे तुझी राधा,
प्रेमच लपंडाव नको
खेळू माझ्याशी,
तू नसता तुझेच
स्वप्न आहे हृदयाशी,
नको सोडून जाऊ
मी उदास होऊन बसते,
कसे समजाऊ तुजला
मन तुझ्याभोवती रमते
- MiRa

77. सत्य

सत्याने जागवले मला,
स्वप्न जेव्हा पाहीले होते,
जसे जगने, तसेच मरणे,
अपूर्ण तेव्हा राहीले होते..
कुठे फूंकर घालते कोणी,
वेदना असते नेहमी मुकी,
सूर आर्त विरहाचा होता,
गीत जे तेव्हा गायीले होते,
किती सहज उडून गेले,
भाव मनाच्या भावनांचे,
सावलीस ही नकार आले,
जीवा ही तेव्हा वाहीले होते
- मिरवी (रवींद्र माने)

78. बुद्ध पाहीला आहे

धर्मांधतेच्या हवनांमधे,
कुठे वितळला आहे,
युद्ध सर्व संपते जेव्हा,
बुद्ध पाहीला आहे,
पंचशीलाचा विचार,
मानवतेचा आधार,
भेगाळलेल्या लेण्यांमधे,
अभेद्य राहीला आहे
- मिरवी (रवींद्र माने)

79. कवणांची गुंफन

स्वप्नांचे मृगजळ,
सत्याचे रण,
जन्माचे सलणे,
जगण्याचे ते क्षण,
किती आजवर,
मिरवले जगाने,
इतुकेच माझे,
कवणांची गुंफन
- मिरवी (रवींद्र माने)

८०. माणसांना बदलताना पाहीले

वेळेसोबत माणसांना बदलताना पाहीले,
मनासारखे नसता मना बदलताना पाहीले,
एकटाच मी होतो त्या वाटेवरती जेव्हा कळाले,
वाटेलाही तेव्हा वळणावर बदलताना पाहीले,
मानन्याने कधी कोणी होतो, जीवनाचा सोबती,
जगण्याच्या गरजांनी, जीवन बदलताना पाहीले,
आता कोणता येईल ऋतु, सांगणे सोपे कुठे,
रोज रोज मौसमांचे, मी वारे बदलताना पाहीले,
कुठे गेली ती माणसे, जी माझे असावी वाटली,
त्या माणसांना मी कितीदा टाळताना पाहीले..
- मिरवी (रवींद्र माने)

81. भीती

कुठे माणसे पाहीली
अशी ती होती,
तेव्हा माणसे तिथे
खरे किती होती,
प्राण्यांतही असतो
माझा मुक्त वावर,
अशा माणसांतच
वाटली भीती होती
- मिरवी (रवींद्र माने)

82. बुध्दाचा विचार

बुध्दाचा विचार, भिमाचा आचार,
नसानसात आमच्या भिनलाय रं...
कळता पंच शीलाची महती ,
तो माणुसकीने जगालाय रं....
गुलाम केले होते, आपल्याचं लोकांनी,
भिमाने उद्धरले, शिकवून बौद्ध वाणी,
शिक्षण, संघटन, संघर्षाचा,
मानाचा रस्ता दावलाय रं...
राष्ट्र घटना ती लिहली, कोटी जनता उद्धरली,
धम्म सत्याची पायवाट, भीमा तू दावली,
चालता वाटेवर धम्माच्या,
लाख संकटातही तरलाय रं...
बुद्ध विचार जगायचे,आता नाही फसायचे,
अन्याय होताना, गप्प नाही बसायचे,
हात माणुसकीनं आता,
माणुसकीला दिलाय रं...
मनुवादाला खोल पुरू, माणुसकीची कास धरु,
पुरे झाली जातीची गुलामी, देशाचं काम करु,
धम्माचा,ज्ञानाचा, एकच आवाज,
दाहीदिशात आता घुमलाय रं...
- मिरवी (रवींद्र माने)

83. नकोच आता

आता खेळ जुणे ते खेळणे नकोच आता,
हसवून मला पुन्हा रडवणे नकोच आता,
मला चालू दे माझा रस्ता, पडता लागता,
हात देऊन, मज अपंग करणे, नकोच आता,
किती चुकतो, तर मग राहू दे, चुकणे असे
रोज, चांगला वाग, सांगणे, नकोच आता,
नको आता, नियमांची त्या, तुझ्या उजळणी,
स्वतः चं स्वतः ला, असे फसवणे, नकोच आता
   - मिरवी (रवींद्र माने)

84. कधी तुला कळेल का?

तुझ्याविनाचं झुरणं हे, कधी तुला कळेल का?
माझ्या जखमांवर, फुंकर तुझी मिळेलं का?
चातकासम वाट पाहतो,
तुझ्या बरसण्याची,
श्रापित गंधर्व जसा,
सजा झुरण्याची,
मनीची काहूर, भेटीची हूरहूर, सांग आता टळेल का?
तुझ्याविनाचं झुरणं हे, कधी तुला कळेल का?
तुच व्यापले विश्व असे
किती सांगू नि:शब्द मी,
तु माझा ब्रह्मानंद,
तुझ्या समाधी मुग्ध मी,
ही प्रार्थना, व्रत, तपस्या, कधी तरी फळेल का?
तुझ्याविनाचं झुरणं हे, कधी तुला कळेल का?
किती चाकोऱ्या,कशा रुढी,
कधी बंधने, किती या बेड्या,
किती वेळा समजाऊ पाहतो,
या अवघळ मनास वेड्या,
या बेड्यांचा साखळदंड, कधी सांग निखळेल का?
तुझ्याविनाचं झुरणं हे, कधी तुला कळेल का?
माझ्या जखमांवर, फुंकर तुझी मिळेलं का?
तुझ्याविनाचं झुरणं हे, कधी तुला कळेल का?
- मिरवी (रवींद्र माने)

85. वेळ भेटण्याची

वाटते की कशी भरेल जखम,
पुन्हा निघाली खपलीचं होती,
मी आज नाही पोहचू शकलो,
भेट ही आपली ठरलीचं होती,
कोणता हा प्रकार हा घडला,
घडी का ही बिघडलीचं होती,
किती बोललो आपणं तरीही,
गोष्ट आणखी दडलीचं होती
शोध बहाने टाळण्याचे मला,
वेळ भेटण्याची का टळली होती
  - मिरवी (रवींद्र माने)

86. नका येऊ शिवराय

नका येऊ शिवराय,
इथे नाही भय,
कोणा शत्रूचे आता,
पण एक संकट,
आहे फार मोठं,
उडवी शीर,
बंधूचे भ्राता, जी जी जी
कोणी नाही इथे वाघ शेर
कोल्हे-लांडगे तोंडी साखर
पाठीमधे पूरती खंजीर, जी जी जी
नथ आहे मर्दांच्या नाकी
खादी म्हणते खा खाकी
मावळे नाही इथे मुडदे राहतात, जी जी जी
- मिरवी (रवींद्र माने)

87. घाटावरची माणसं

थोडं मागतो, थोडंसच द्यावं,
जादा काही झालं तर तेवढंच घ्यावं,
आमचं आपलं जिणं साधं, येत नाही हिशोब,
तरी मानतो आमचा, आपला असतो रुबाब
असला रुबाब तरी, मनामधीं पाप नाही,
मागून तर बघा एकदा, देण्याला माप नाही
नाही म्हणता जीव आमचा गळ्यापाशी येतो,
वचन पुरं करतो आम्ही, जरी प्राण जातो,
मनापासून एकच वाटत, एकच वाटत,
आठवण बनूनी, मनामंदी राहावं
थोडं मागतो, थोडंसच द्यावं,
जादा काही झालं तर तेवढंच घ्यावं
- मिरवी (रवींद्र माने)

८८. काही सांगायचंय तुला

काही सांगायचंय तुला, ऐकून घेशील का ?
मी तुझाच झालो आहे, माझी होशील का ?
जे सांगायचंय तुला,
आहे ते नवे जुणे,
तु असता सगळी बेरीज,
नसता सर्व उणे,
साद देता तुला,
प्रतिसाद देशील का ?
चल मान्य केले, हेही,
मी कोडे खरेच अवघड,
सुटतो तु असताना,
नसता नुसती तडफड,
मी वाट पाहतो आहे,
लवकर येशील का ?
तु अबोला धरता,
मनात उठते काहूर,
बरेच काही आहे,
पण हे सांगेन जरुर,
जहाजाला जीवनाच्या,
किनारी नेशील का ?
काही सांगायचंय तुला, ऐकून घेशील का ?
-मिरवी

89. कलाकार

कलाकाराने कलेच्या प्रेमात असावे,
कलाकृतीच्या नाही,
कलाकाराने एकाचं कलाकृतीत गुंतून राहील की
साचलेल्या डबक्यासारखी अवस्था होते,
कलाकाराने वाहतं रहावं,
आणखी काय नविन....?
हा प्रश्न जोवर आहे तोपर्यंतच कलाकार,
बोली कलाकृतीची लागते,
कलेची बोली नाही लावता येत,
आपली कला मनोसोक्त उधळण्याचा
अधिकार आणि निर्णय फक्त कलाकाराचाचं,
तो विकावा लागला की उरतो
फक्त बिगारी कामगार....
तो न होणारा खरा कलाकार ....
- मिरवी (रवींद्र माने)

90. पान तुमच्यासाठी

मिरवी (रवींद्र माने)

.
.
.
.
.
.
.
.
.
.
.
.
.
.
.
.
.
.
.
.
.
.

एक रंग रंगुया, एक होऊ गझल,
एक साथ चालूया, जीवनाची सहल

पुढील प्रकाशन- जाणीव - कथासंग्रह

लवकरच प्रकाशित होत आहे
काही भाग खास तुमच्यासाठी

"मी का असं करतो?
मी धुंद होतो तुझ्या विचारात,
जगाचा काय स्वतःचाही विसर पडतो,
मला अशा भावना कधीचं नव्हत्या,
मी आताशी प्रेमात पडलोय का?
प्रेमात वेडं लागतं, अस का म्हणायचे आताशी कळतयं,
हे चूकं की बरोबरं, मला नाही माहीत,
जे काही आहे, हवहवसं वाटतं,
तुझं असणं, तुझं नसनंही,
कारणं तु असतेस तेव्हा तुझा सहवास,
तु नसतेस तेव्हा तुझा आठवण,
तुझ्या असण्याच्या सुखात,
तुझ्या नसण्याच्या दुःखात,
तु आणि फक्त तु,
आणि यासाठी तुझी देखील गरज नाही.
प्रेमात आणि भक्तित काय फरक ?
अतिव भक्ति म्हणजेच प्रेम
की अतिव प्रेम म्हणजेच भक्ति.."

(भाग- जाणीव) - मिरवी (रवींद्र माने) - 7738789929

पुढील प्रकाशन- जाणीव - कथासंग्रह

"काही अघटीत घडल्यानंतर
किंवा दुःखात हमखास
अशा लोकांनी घेरले जातो
जे सांत्वन करायला येतात,
पण, त्यांच्या नजरेत असलेली
आपल्यासाठीची किव
आपली अगतिकता अधोरेखित करते,
वेळ सरते आणि दुःख ही झिजत जाते !
काल परवा पर्यंत
कठीण वाटणारं संकट....
आजवर न अनुभवलेलं
सामर्थ्य जागं करून जातं"

(भाग- जाणिव) - मिरवी (रवींद्र माने)

पुढील प्रकाशन- जाणीव - कथासंग्रह

"देवाने निर्माण केलेली सर्व यंत्रणा
'पुन्हा प्रयत्न करा'
या विचारावरतीच अवलंबून आहे,
नाहीतर अविरत चालणारया वेळेला
दिवस आणि रात्र असं का विभागले असते,
ऋतुंची रचना का केली असती?
काल मावळलेली संध्याकाळ
कितीही उदास असली,
रात्रीच्या राक्षसाने थकलेल्या सुर्याला
निर्ममतेने समुद्रात बुडवले असले तरी,
त्या रात्रीस चांदण्याचे चमकने
निराशा वाढवणारे असले तरी
आणि त्या काळोखलेल्या रात्रीस
आशेचा चंद्र दिसत नसतानाही...
ठरलेल्या वेळी,
पुन्हा नव्या उमेदीने,
नव्या उत्साहात
पूर्वेला सूर्य तेजाळतोचं..."

(भाग- जाणीव) - मिरवी (रवींद्र माने)

Printed in the USA
CPSIA information can be obtained
at www.ICGtesting.com
LVHW060625210224
772377LV00079B/2769

9 798890 672711